Skunks

Mga Hayop ng Skank

Ava Podmorow

Explore other books at:
WWW.ENGAGEBOOKS.COM

VANCOUVER, B.C.

Skunks: Level Pre-1
Animals in the City
Podmorow, Ava 2004 –

Edited by: A.R. Roumanis and Sarah Harvey
Translated by: Mary Grace De Guzman
Proofread by: Sherwin Mila

Text set in Epilogue

FIRST EDITION / FIRST PRINTING

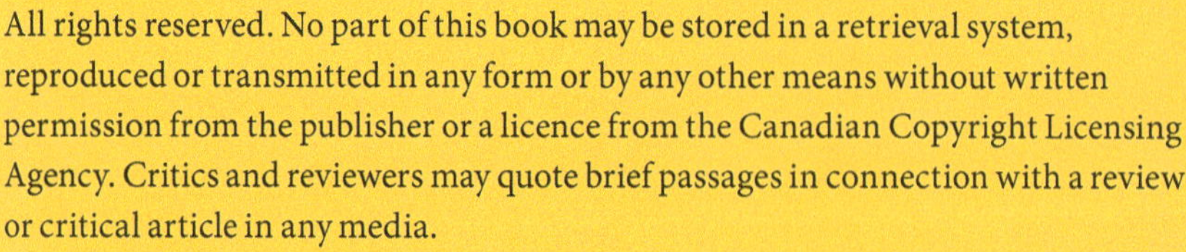

LIBRARY AND ARCHIVES CANADA CATALOGUING IN PUBLICATION

Title: Skunks = Mga hayop ng skank / Ava Podmorow.
Other titles: Skunks (2023) | Mga hayop ng skank
Names: Podmorow, Ava, author. | De Guzman, Mary Grace, translator. |
container of (work): Podmorow, Ava. Skunks. |
container of (expression): Podmorow, Ava. Skunks. Filipino.
Description: Series statement: Animals in the city | Translated from the English by Mary Grace De Guzman. | Parallel text in English and Filipino.

Identifiers: Canadiana 20220493758 |
ISBN 978-177878-058-5 (hardcover)
ISBN 978-1-77878-059-2 (softcover)

Subjects:
LCSH: Skunks—Juvenile literature.
LCSH: Urban animals—Juvenile literature.

Classification: LCC QL737.C248 P64 2023 | DDC J599.76/81756—DC23

This project has been made possible in part by the Government of Canada.

Watch out for that skunk!

Mag-ingat sa hayop ng skank na iyan!

Skunks love living in cities.

Ang mga hayop ng skank ay mahilig manirahan sa mga lungsod.

Some skunks even live under decks and in garages!

Ang ilang mga hayop ng skank ay naninirahan pa nga sa ilalim ng mga kubyerta at sa mga garahe!

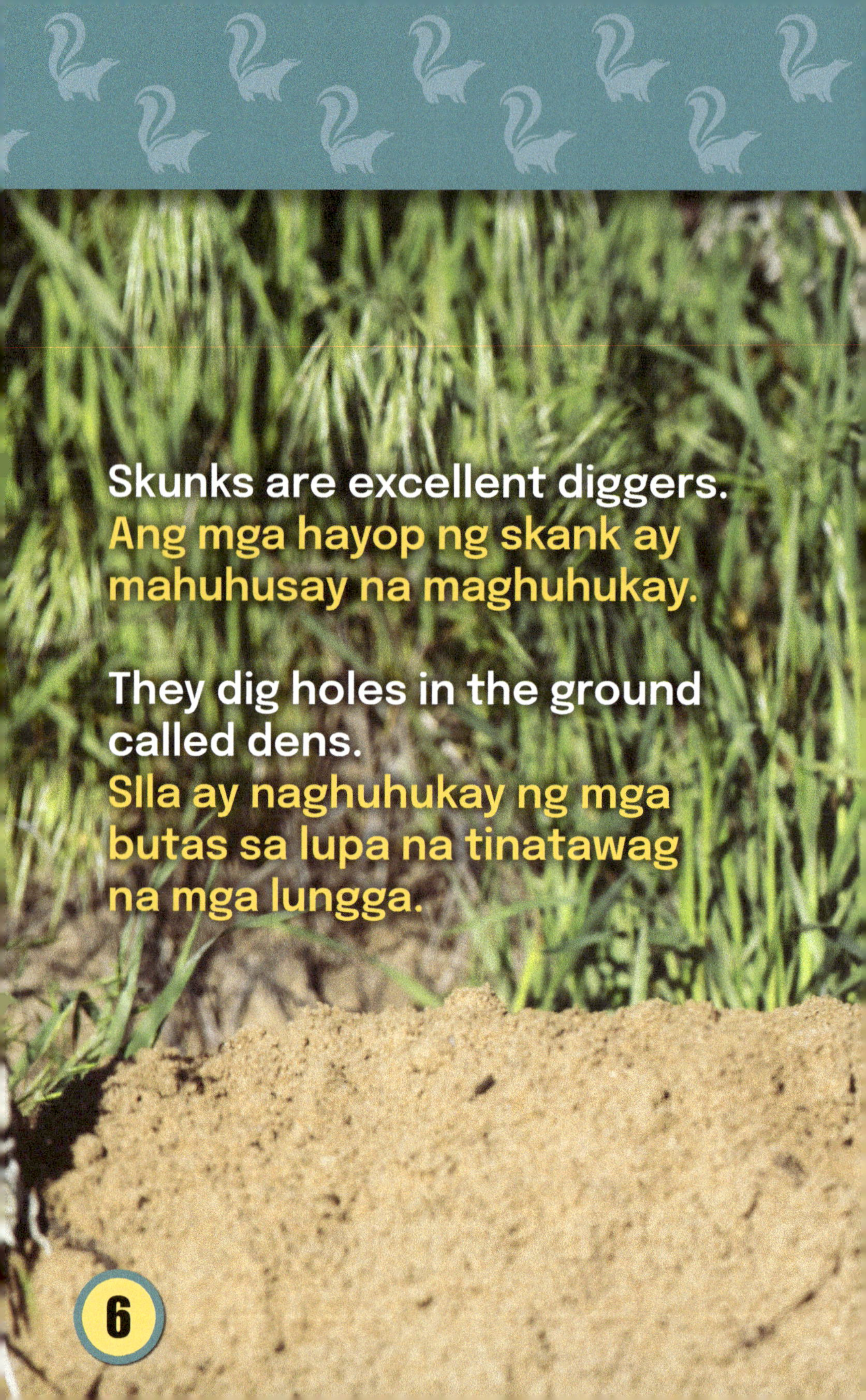

Skunks are excellent diggers.
Ang mga hayop ng skank ay mahuhusay na maghuhukay.

They dig holes in the ground called dens.
SIla ay naghuhukay ng mga butas sa lupa na tinatawag na mga lungga.

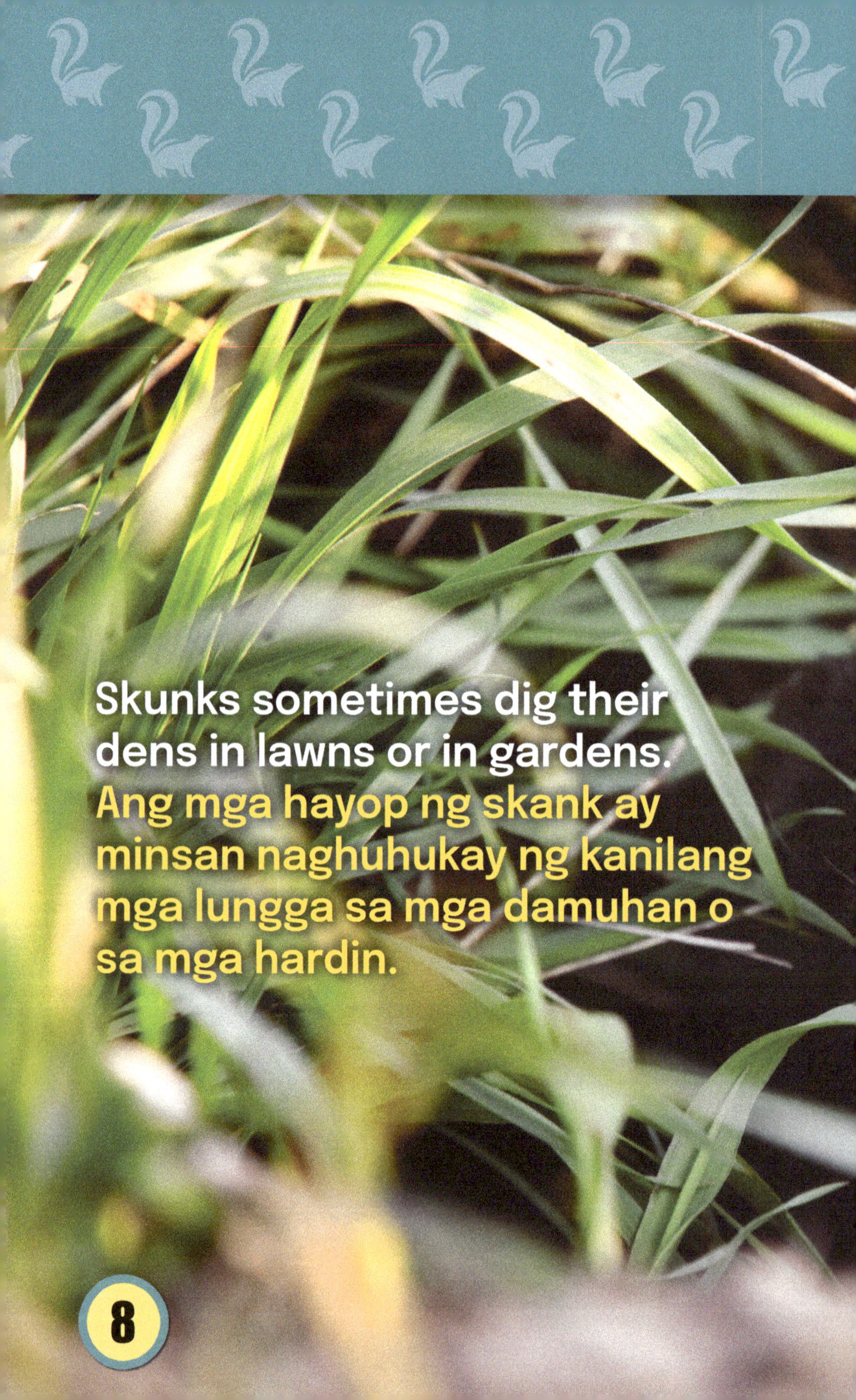

Skunks sometimes dig their dens in lawns or in gardens.
Ang mga hayop ng skank ay minsan naghuhukay ng kanilang mga lungga sa mga damuhan o sa mga hardin.

Skunks have babies in dens in the spring.
Ang mga hayop ng skank ay nanganganak sa mga lungga sa tagsibol.

They can have four to six babies at a time.

Kaya nilang magkaroon ng apat hanggang anim na mga sanggol sa isang pagkakataon.

Baby skunks are called kits.
Ang mga sanggol ng mga hayop ng skank ay tinatawag na mga kit.

Kits stay with their mothers until they are about four months old.

Ang mga kit ay nananatili sa kanilang mga ina hanggang sila ay mga apat na buwang gulang.

Then they are able to set off on their own.
Pagkatapos sila ay makakaalis na sa kanilang sarili.

Skunks like to eat fruits, vegetables or small animals like mice.

Ang mga hayop ng skank ay mahilig kumain ng mga prutas, mga gulay o maliliit na mga hayop tulad ng mga daga.

Skunks can be helpful to farmers.
Ang mga hayop ng skank ay maaaring makatulong sa mga magsasaka.

They eat pests that live in farmers' fields.

kumakain sila ng mga peste na naninirahan sa mga bukid ng mga magsasaka.

The striped skunk is the most common kind of skunk.

Ang may guhit na mga hayop ng skank ay ang pinakakaraniwang uri ng hayop ng skank.

Skunks have long sharp claws for digging.
Ang mga hayop ng skank ay may mahahaba at matutulis na mga kuko para sa paghuhukay.
Claws
mga Kuko

They have sprayers under their big fluffy tails.
Sila ay mayroong mga pambomba sa ilalim ng kanilang malalaking, malalambot at buhaghag na mga buntot.

Skunks spray when they feel they are in danger.

Ang mga hayop ng skank ay nagbobomba kapag naramdaman nilang sila ay nasa panganib.

When a skunk lifts its tail, it is about to spray.

Kapag itinaas ng hayop ng skank ang buntot nito, ito ay malapit ng magbomba.

Back away from the spray!
Lumayo ka sa bomba!

Explore other books in the Animals In The City series.

Explore level 1 readers with the Animals That Make a Difference series.

Visit www.engagebooks.com/readers

www.ingramcontent.com/pod-product-compliance
Lightning Source LLC
LaVergne TN
LVHW051934220826
846093LV00012B/514
9781778780592